Impressum
Verlag: BABADADA GmbH, Nedderfeld 112 , 22529 Hamburg
Geschäftsführer / Verlagsleitung: Harald Hof
Druck: Books on Demand GmbH, In de Tarpen 42, 22848 Norderstedt

Imprint
Publisher: BABADADA GmbH, Nedderfeld 112 , 22529 Hamburg, Germany
Managing Director / Publishing direction: Harald Hof
Print: Books on Demand GmbH, In de Tarpen 42, 22848 Norderstedt, Germany

phòng học
klasseværelse

chia
dividere

186/2

bảng viết
tavle

sân trường
skolegård

giáo viên
lærer

giấy
papir

viết
skrive

cây bút
pen

bàn làm việc
skrivebord

cây thước
lineal

sách
bog

học sinh
elev

cặp đeo vai học sinh

skoletaske

hộp đựng bút

penalhus

bút chì

blyant

cái gọt bút chì

blyantspidser

cục tẩy

viskelæder

tập giấy vẽ

tegneblok

bản vẽ

tegning

cọ vẽ

pensel

hộp mực vẽ

æske med vandfarver

cây kéo

saks

keo dán

lim

sách bài tập

opgavehefte

bài tập ở nhà

lektie

12

số

tal

2+2

cộng

addere

5-2

trừ

subtrahere

2×2

nhân

multiplicere

tính toán

regne

A

chữ cái

bogstav

ABCDEFG
HIJKLMN
OPQRSTU
VWXYZ

bảng chữ cái

alfabet

hello

từ

ord

văn bản

tekst

đọc

læse

phấn viết

kridt

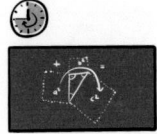

bài học

time

sổ lớp

klasseprotokol

thi kiểm tra

eksamen

chứng chỉ

karakterbog

đồng phục học sinh

skoleuniform

giáo dục

uddannelse

từ điển bách khoa

leksikon

đại học

universitet

kính hiển vi

mikroskop

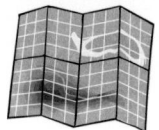

bản đồ

kort

thùng rác giấy

papirkurv

du lịch
rejse

khách sạn
hotel
Grand
nhà trọ
herberg
ROOMS
quầy đổi tiền
vekselkontor
va li
kuffert
xe ô tô
bil

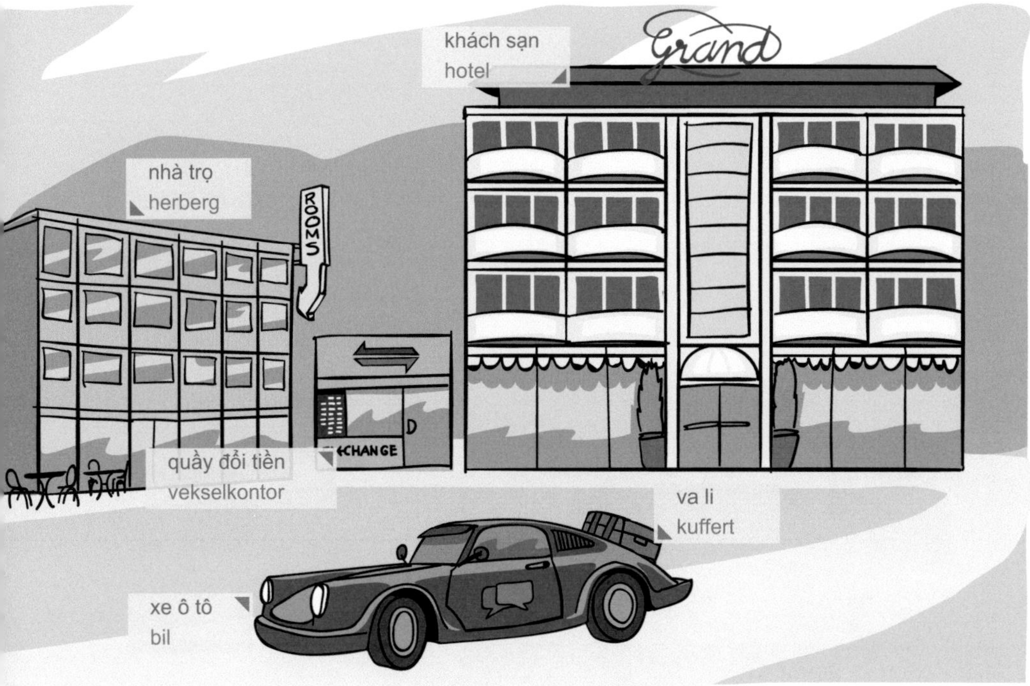

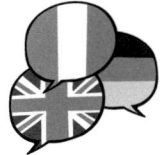

ngôn ngữ
sprog

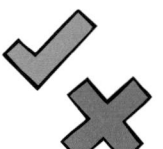

có / không
ja / nej

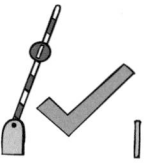

ô kê
okay

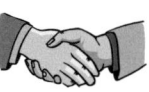

Xin chào
hej

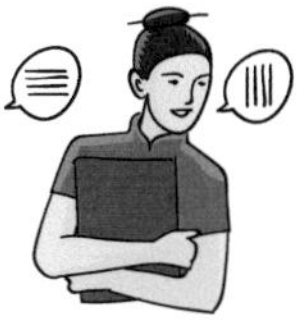

thông dịch viên
oversætter

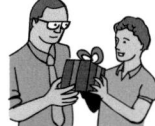

cám ơn
tak

... bao nhiêu tiền?

hvad koster...?

tôi không hiểu

Jeg forstår ikke

vấn đề

problem

Xin chào! (buổi tối)

God aften!

xin chào! (buổi sáng)

God morgen!

chúc ngủ ngon!

God nat!

tạm biệt

farvel

hướng đi

retning

hành lý

bagage

túi xách

taske

túi ba lô

rygsæk

khách

gæst

phòng

værelse

túi ngủ

sovepose

lều

telt

thông tin du lịch

turistinformation

bãi biển

strand

thẻ tín dụng

kreditkort

ăn sáng

morgenmad

ăn trưa

middagsmad

ăn tối

aftensmad

vé xe

billet

thang máy

elevator

tem bưu điện

frimærke

biên giới

grænse

hải quan

told

đại sứ quán

ambassade

thị thực

visum

hộ chiếu

pas

vận chuyển

transport

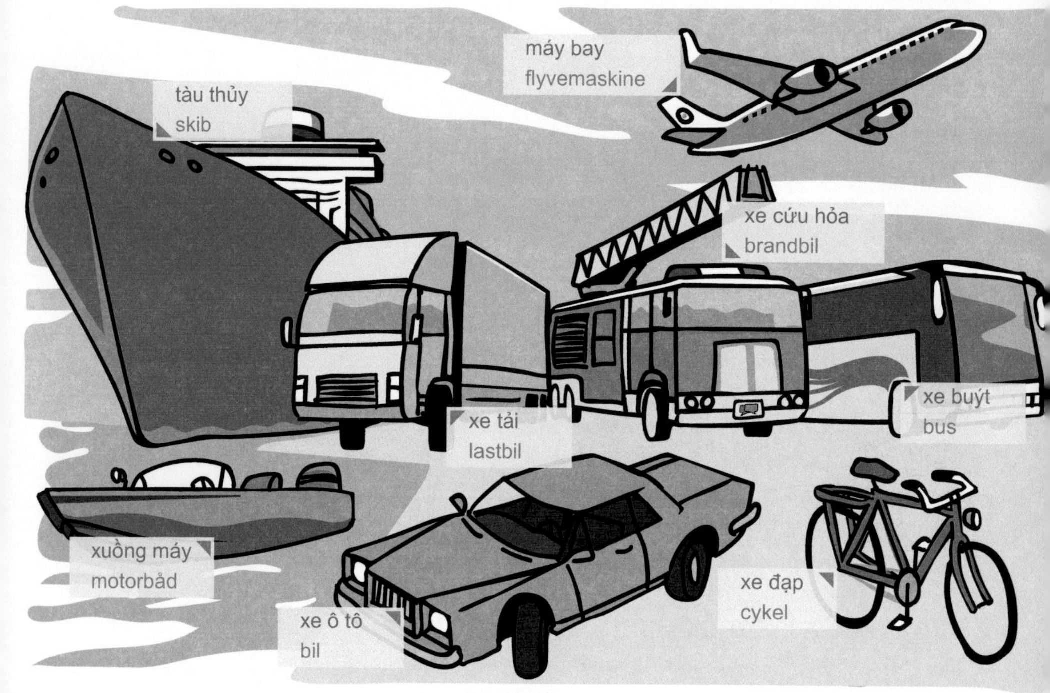
máy bay
flyvemaskine
tàu thủy
skib
xe cứu hỏa
brandbil
xe buýt
bus
xe tải
lastbil
xuồng máy
motorbåd
xe đạp
cykel
xe ô tô
bil

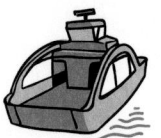

phà

færge

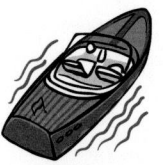

xuồng

båd

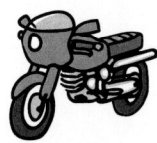

xe máy

motorcykel

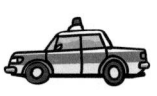

xe cảnh sát

politibil

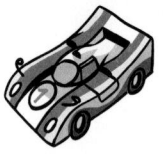

xe đua

racerbil

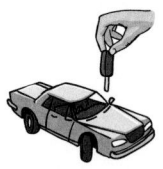

xe cho thuê

lejebil

dịch vụ thuê xe tự lái

samkørsel

xe kéo cứu hộ

kranbil

xe rác

skraldebil

động cơ

motor

xăng

benzin

trạm xăng

tankstation

biển báo giao thông

trafikskilt

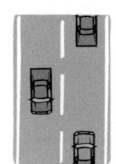

giao thông

trafik

ách tắc giao thông

trafikprop

bãi đậu xe

parkeringsplads

nhà ga

banegård

đường ray

skinner

xe lửa

tog

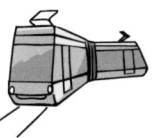

tàu điện

sporvogn

toa xe

wagon

máy bay trực thăng

helikopter

sân bay

lufthavn

tháp

tårn

hành khách

passager

côngtenơ

container

thùng các-tông

karton

xe đẩy

kærre

cái giỏ

kurv

cất cánh / hạ cánh

starte / lande

thành phố

by

làng

landsby

trung tâm thành phố

bymidte

nhà

hus

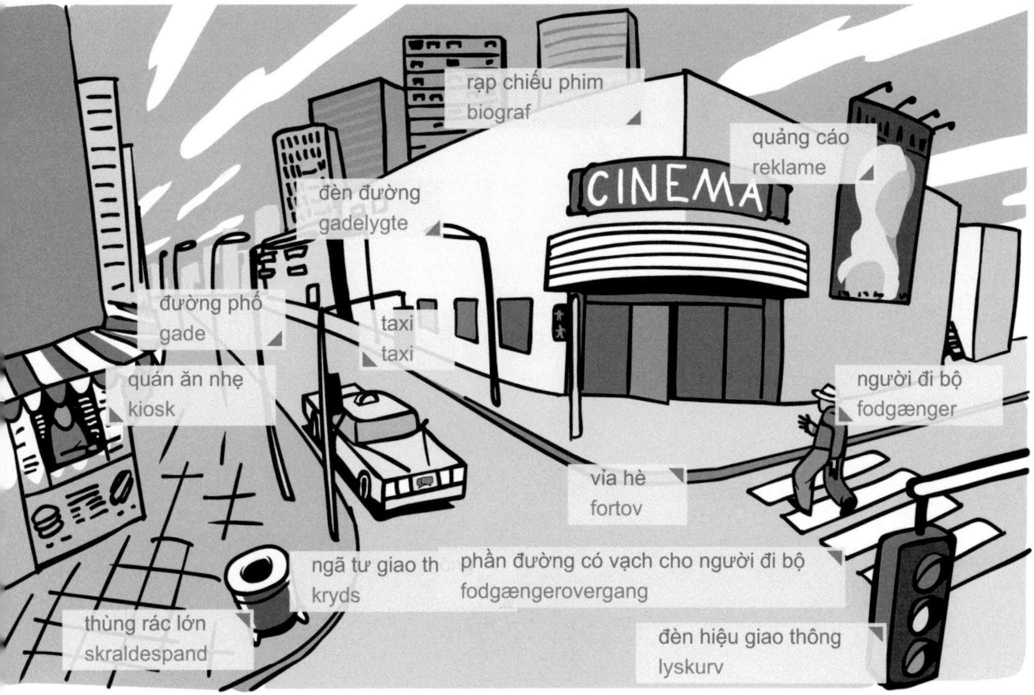

rạp chiếu phim
biograf

quảng cáo
reklame

đèn đường
gadelygte

CINEMA

đường phố
gade

taxi
taxi

người đi bộ
fodgænger

quán ăn nhẹ
kiosk

vỉa hè
fortov

ngã tư giao th
kryds

phần đường có vạch cho người đi bộ
fodgængerovergang

thùng rác lớn
skraldespand

đèn hiệu giao thông
lyskurv

nhà chòi

hytte

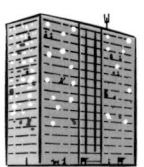

căn hộ

lejlighed

nhà ga

banegård

tòa thị chính

rådhus

viện bảo tàng

museum

trường học

skole

đại học

universitet

ngân hàng

bank

bệnh viện

sygehus

khách sạn

hotel

hiệu thuốc

apotek

văn phòng

kontor

hiệu sách

boghandel

cửa hiệu

butik

cửa hiệu bán hoa

blomsterbutik

siêu thị

supermarked

chợ

marked

cửa hàng bách hóa

stormagasin

người bán cá

fiskehandler

trung tâm mua bán

butikscenter

bến cảng

havn

công viên

park

ghế băng

bænk

cầu

bro

cầu thang

trappe

tàu điện ngầm

undergrundsbane

đường hầm

tunnel

trạm xe buýt

busstoppested

quán bar

barnevogn

khách sạn

restaurant

hòm thư công cộng

postkasse

bảng hiệu đường

vejskilt

đồng hồ đậu xe

parkometer

vườn bách thú

zoo

bể bơi

badeanstalt

nhà thờ Hồi giáo

moske

nông trại
bondegård

ô nhiễm môi trường
miljøforurening

nghĩa trang
kirkegård

nhà thờ
kirke

sân chơi
legeplads

ngôi đền
tempel

phong cảnh
landskab

lá cây
blad

bảng chỉ đường
vejviser

lối đi
vej

bãi cỏ
eng

hòn đá
sten

người đi bộ đường dài
vandrer

cây
træ

sông
flod

cỏ
græs

bông hoa
blomst

thung lũng

dal

đồi

bjerg

hồ nước

sø

rừng

skov

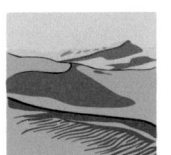

sa mạc

ørken

núi lửa

vulkan

lâu đài

slot

cầu vồng

regnbue

nấm

svamp

cây cọ

palme

con muỗi

moskito

con ruồi

flue

con kiến

myre

con ong

bi

con nhện

edderkop

bọ cánh cứng

bille

con ếch

frø

con sóc

egern

con nhím

pindsvin

con thỏ

hare

con cú

ugle

con chim

fugl

thiên nga

svane

heo rừng

vildsvin

con hươu

hjort

nai sừng tấm

elg

đê

dæmning

tuabin gió

vindmølle

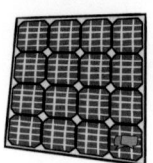

tấm năng lượng mặt trời

solcellemodul

khí hậu

klima

khách sạn
restaurant

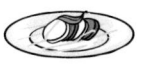

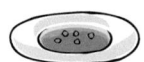

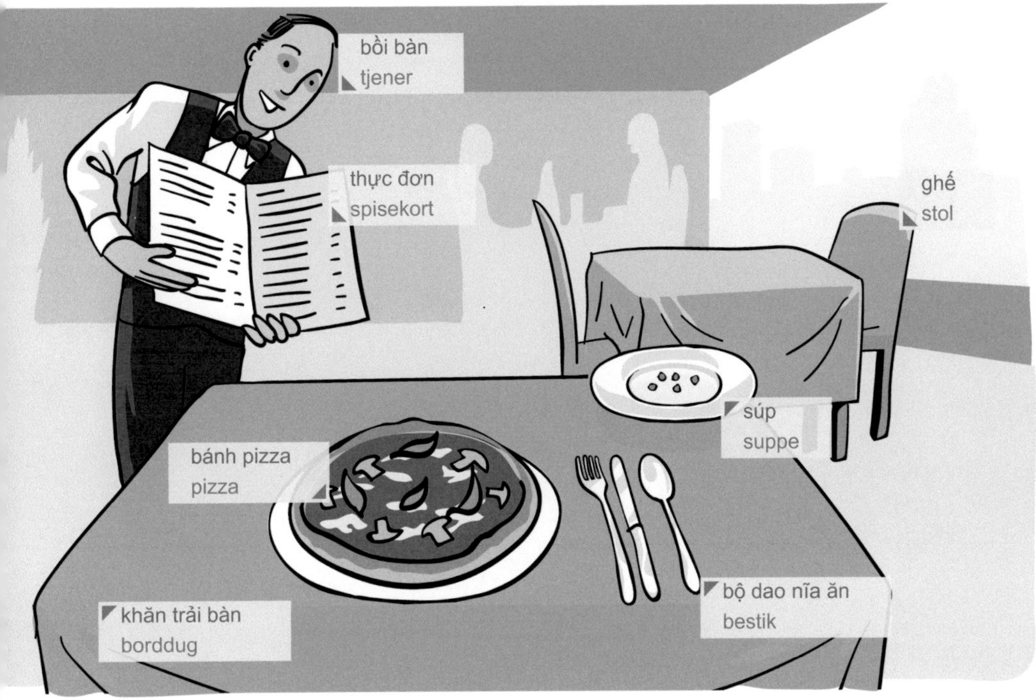
bồi bàn
tjener
thực đơn
spisekort
ghế
stol
súp
suppe
bánh pizza
pizza
bộ dao nĩa ăn
bestik
khăn trải bàn
borddug

món ăn khai vị

forret

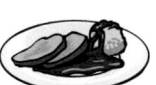

món ăn chính

hovedret

món tráng miệng

dessert

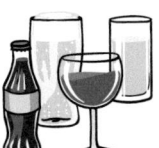

thức uống

drikkevarer

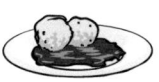

thức ăn

mad

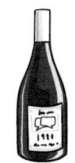

cái chai

flaske

thức ăn nhanh

fastfood

thức ăn đường phố

streetfood

ấm trà

tekande

hộp đường

sukkerdåse

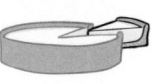

khẩu phần

portion

máy pha espresso

espressomaskine

ghế cao

barnestol

hóa đơn

faktura

khay

tablet

dao

kniv

nĩa

gaffel

thìa

ske

thìa uống trà

teske

khăn ăn

serviet

cốc thủy tinh

glas

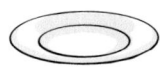

đĩa

tallerken

đĩa súp

dyb tallerken

đĩa lót cốc

underkop

nước sốt

sovs

lọ muối

saltbøsse

cái xay tiêu

peberkværn

giấm

eddike

dầu

olie

gia vị

krydderier

nước xốt cà chua

ketchup

tương hạt cải

sennep

nước sốt mayonnaise

mayonnaise

siêu thị

supermarked

chào giá đặc biệt
tilbud
khách hàng
kunde
sản phẩm từ sữa
mælkeprodukter
trái cây
frugt
xe đẩy mua sắm
indkøbsvogn
FOR

BUTCHERS

lò mổ

slagter

BAKERY

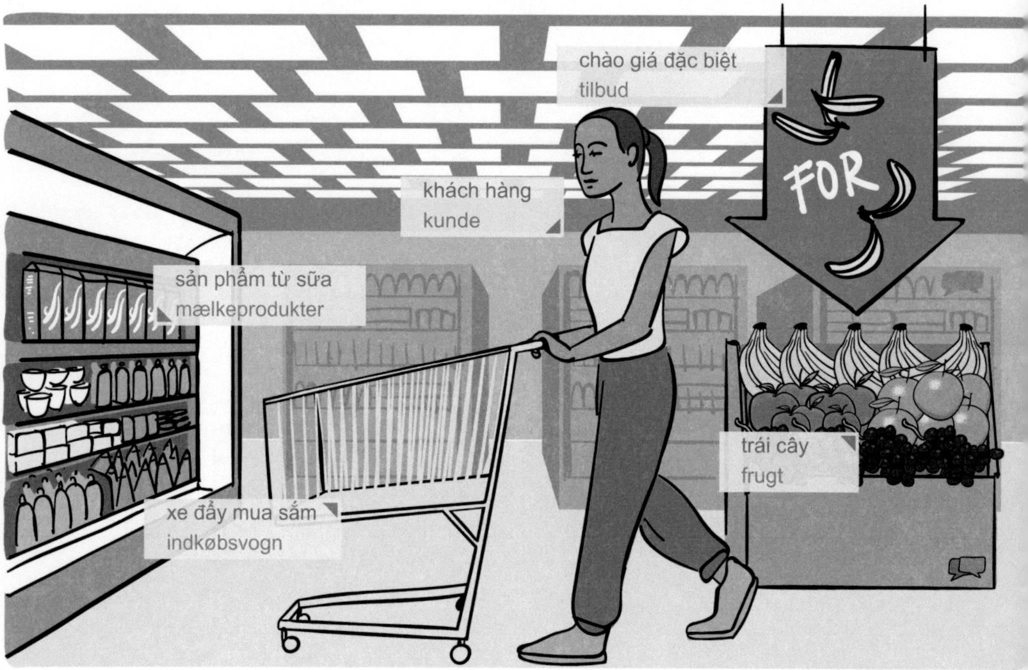

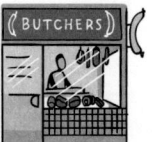

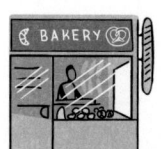

cửa hiệu bán bánh mì

bageri

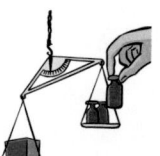

cân nặng

veje

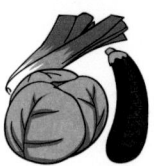

rau quả

grøntsager

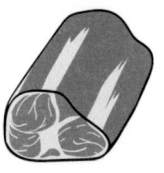

thịt

kød

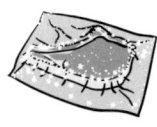

thức ăn đông lạnh

frostvarer

lát thịt nguội

pålæg

đồ hộp

konserves

bột giặt

vaskemiddel

đồ ngọt

slik

sản phẩm dùng trong gia đình

husholdningsvarer

chất tẩy rửa

rengøringsmidler

người bán hàng

ekspedient

quầy trả tiền

kasse

nhân viên thu ngân

kasserer

danh sách mua sắm

indkøbsliste

giờ mở cửa

åbningstider

ví tiền

tegnebog

thẻ tín dụng

kreditkort

túi đeo

taske

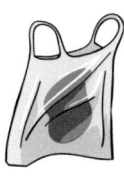

túi ny lông

plasticpose

nước

vand

nước quả ép

saft

sữa

mælk

coca-cola

cola

rượu vang

vin

bia

øl

cồn

alkohol

cacao

kakao

trà

te

cà phê

kaffe

espresso

espresso

cappuccino

cappuccino

chuối

banan

quả táo

æble

quả cam

appelsin

dưa hấu

melon

chanh

citron

cà rốt

gulerod

tỏi

hvidløg

tre

bambus

củ hành

løg

nấm

svamp

hạt dẻ

nødder

mì

nudler

mì spaghetti

spaghetti

cơm

ris

xà lách

salat

khoai tây chiên

pomfritter

khoai tây chiên

stegte kartofler

bánh pizza

pizza

bánh hamburger

hamburger

bánh mì sandwich

sandwich

thịt côtlet

schnitzel

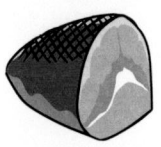

thịt giăm bông

skinke

xúc xích

salami

dồi

pølse

gà

kylling

rán

steg

cá

fisk

cháo yến mạch

havregryn

cháo muesli

mysli

bánh bột ngô nướng

cornflakes

bột mì

mel

bánh sừng bò

croissant

bánh mì

rundstykke

bánh mì

brød

bánh mì nướng

toast

bánh bích quy

kiks

bơ

smør

sữa đông

kvark

bánh ngọt

kage

trứng

æg

trứng rán

spejlæg

pho mát

ost

kem

is

đường

sukker

mật ong

honning

mứt

marmelade

kem nougat

nougat-creme

cà ri

karry

thức ăn - mad

nông trại
bondegård

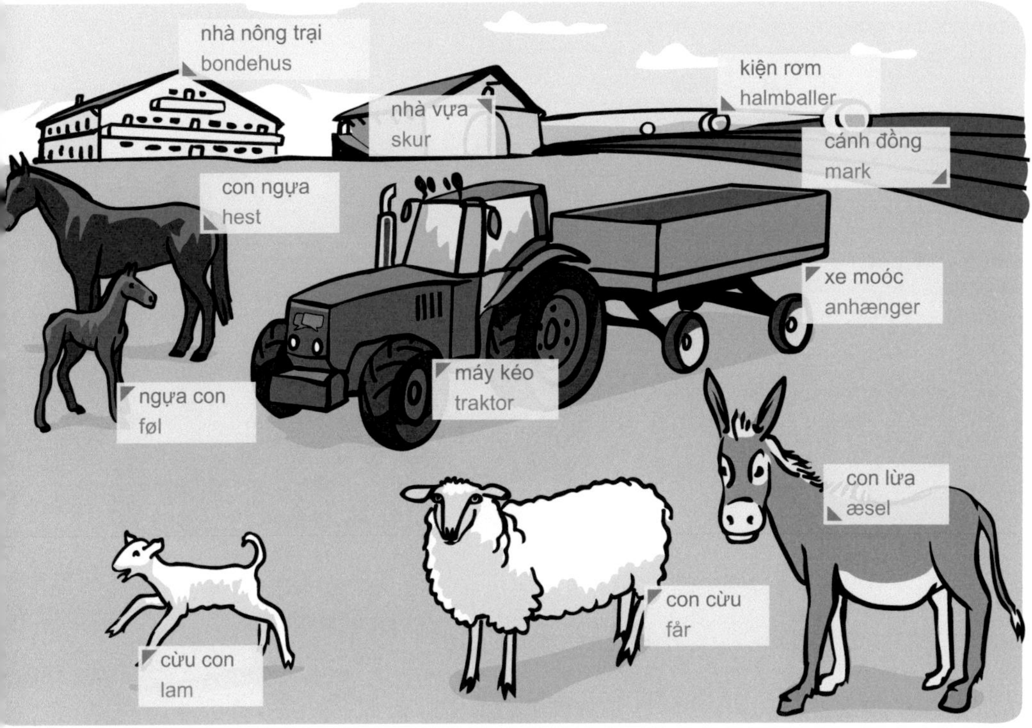
nhà nông trại
bondehus
nhà vựa
skur
kiện rơm
halmballer
cánh đồng
mark
con ngựa
hest
xe moóc
anhænger
máy kéo
traktor
ngựa con
føl
con lừa
æsel
con cừu
får
cừu con
lam

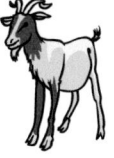

con dê

ged

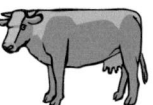

con bò

ko

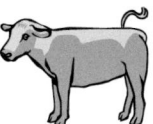

con bê

kalv

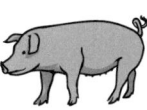

con lợn

svin

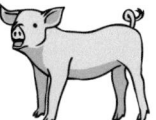

lợn con

gris

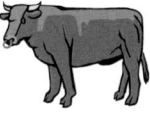

bò đực

tyr

con ngỗng

gås

con vịt

and

gà con

kylling

gà mái

høne

gà trống

hane

con chuột

rotte

mèo

kat

chuột nhắt

mus

bò đực

okse

con chó

hund

nhà chuồng chó

hundehus

ống tưới vườn cây

haveslange

thùng tưới cây

vandkande

lưỡi hái

le

cái cày

plov

cái liềm

segl

cái cuốc

hakkejern

cái chĩa

møggreb

cái rìu

økse

xe cút kít

trillebør

máng ăn

trug

lọ sữa

mælkekande

bao tải

sæk

hàng rào

hæk

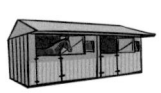

chuồng

stald

nhà kính trồng cây

drivhus

đất trồng

jord

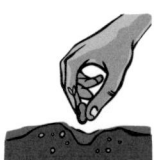

hạt giống

frø

phân bón

gødning

máy gặt đập liên hợp

mejetærsker

nông trại - bondegård

thu hoạch

høste

mùa thu hoạch

høst

khoai lang

yams

lúa mì

hvede

đậu nành

soja

khoai tây

kartoffel

ngô

majs

hạt cải dầu

raps

cây ăn trái

frugttræ

sắn

maniok

ngũ cốc

korn

nông trại - bondegård

nhà
hus

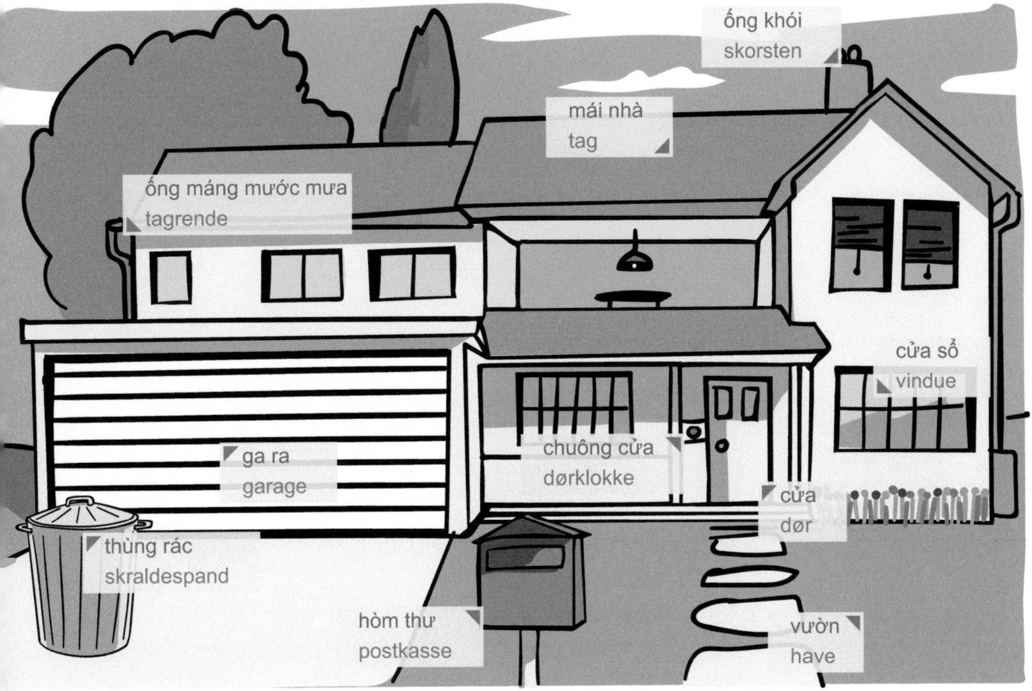
ống khói
skorsten
mái nhà
tag
ống máng mước mưa
tagrende
cửa sổ
vindue
chuông cửa
dørklokke
ga ra
garage
cửa
dør
thùng rác
skraldespand
hòm thư
postkasse
vườn
have

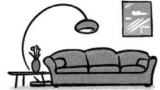

phòng khách

stue

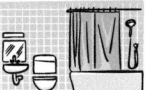

phòng tắm

badeværelse

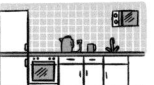

bếp

køkken

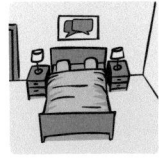

phòng ngủ

soveværelse

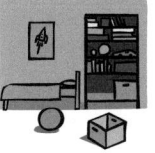

phòng trẻ em

børneværelse

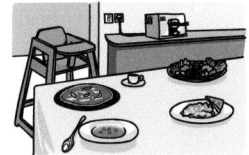

phòng ăn

spisestue

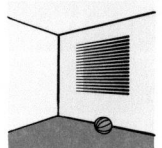

nền nhà

gulv

tường

væg

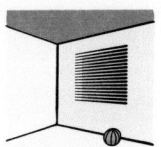

trần nhà

loft

tầng hầm

kælder

tắm hơi

sauna

ban công

altan

sân hiên

terrasse

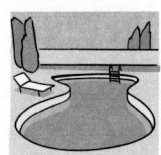

bể bơi

svømmehal

máy cắt cỏ

plæneklipper

khăn trải giường

dynebetræk

khăn trải giường

dyne

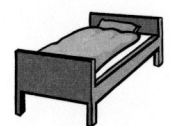

giường

seng

chổi

kost

cái xô

spand

công tắc điện

kontakt

phòng khách

stue

giấy dán tường
tapet
hình ảnh
billede
đèn
lampe
cái kệ
reol
tủ
skab
ti vi
fjernsyn
lò sưởi
pejs
bông hoa
blomst
gối
pude
ghế sofa
sofa
bình hoa
vase
điều khiển từ xa
fjernbetjening

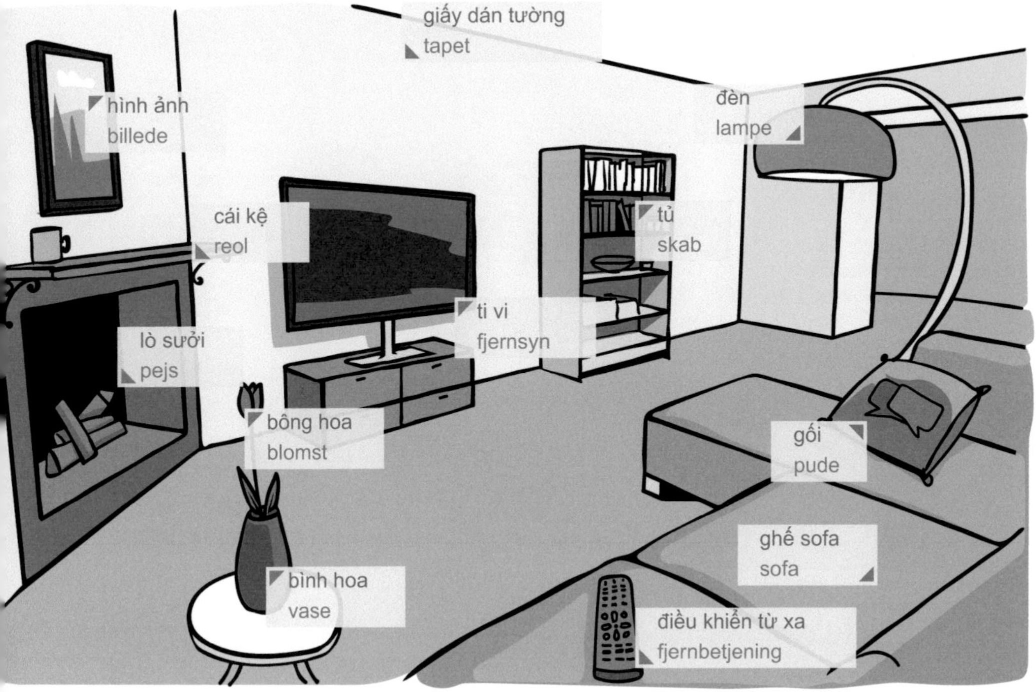

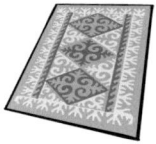

thảm

gulvtæppe

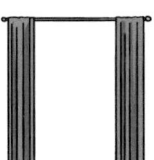

rèm

gardin

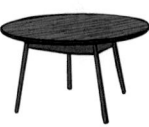

cái bàn

bord

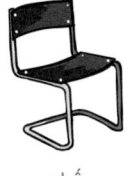

ghế

stol

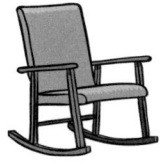

ghế bập bênh

gyngestol

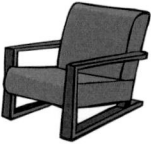

ghế bành

lænestol

sách

bog

cái chăn

tæppe

đồ trang trí

dekoration

củi

brænde

phim

film

máy hi-fi

stereoanlæg

chìa khóa

nøgle

báo

avis

bức tranh

maleri

áp phích

plakat

radio

radio

sổ ghi chép

notesblok

máy hút bụi

støvsuger

cây xương rồng

kaktus

cây nến

lys

bếp
køkken

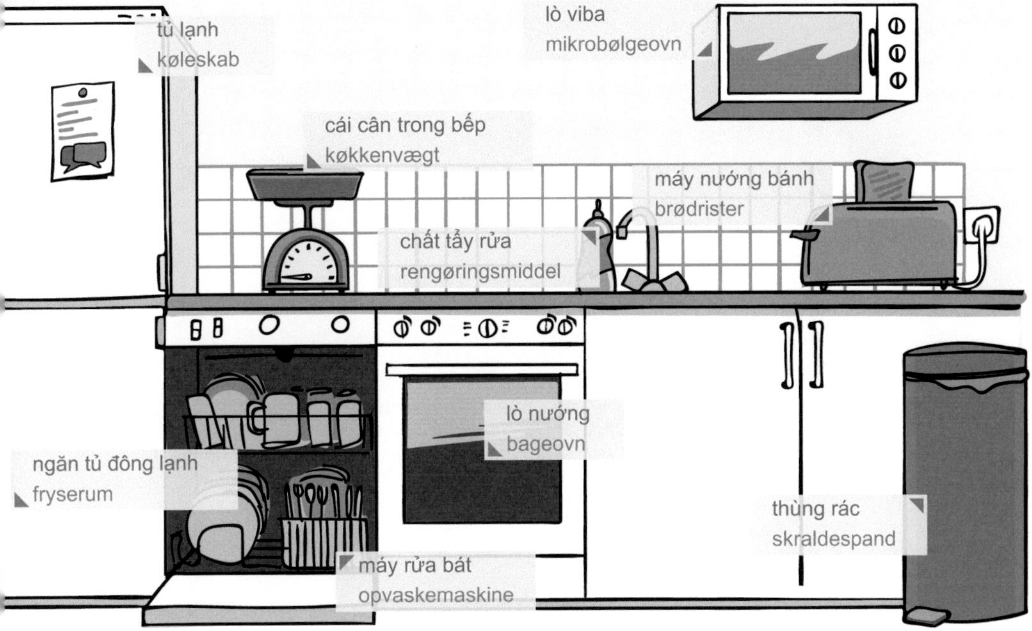
tủ lạnh
køleskab
lò viba
mikrobølgeovn
cái cân trong bếp
køkkenvægt
máy nướng bánh
brødrister
chất tẩy rửa
rengøringsmiddel
lò nướng
bageovn
ngăn tủ đông lạnh
fryserum
thùng rác
skraldespand
máy rửa bát
opvaskemaskine

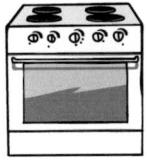

lò nấu

komfur

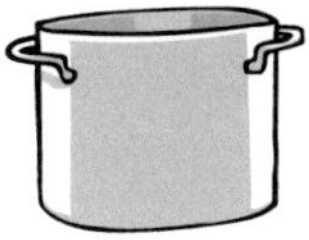

nồi

gryde

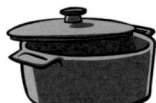

nồi sắt

jerngryde

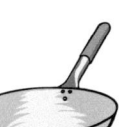

chảo

wok / kadai

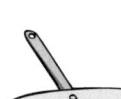

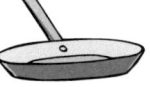

chảo

pande

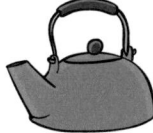

ấm đun nước

elkedel

nồi đun hơi

dampkoger

khay lò nướng

bageplade

bát đĩa

service

cốc

bæger

cái bát

skål

đũa

spisepinde

cái vá

øseske

bàn xèng

paletkniv

que đánh kem

piskeris

rây dùng trong bếp

dørslag

cái rây lọc

si

cái nạo

rive

vữa

morter

vỉ nướng

grille

ngọn lửa trần

ildsted

cái thớt

skærebræt

trục cán bột

kagerulle

cái mở nút chai

proptrækker

vỏ đồ hộp

dåse

cái mở vỏ đồ hộp

dåseåbner

miếng nhấc nồi

grydelap

bồn rửa bát

køkkenvask

bàn chải

børste

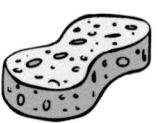

miếng xốp

svamp

máy xay

blender

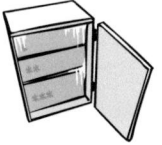

tủ đông lạnh

dybfryser

bình sữa cho trẻ sơ sinh

sutteflaske

vòi nước

vandhane

phòng tắm

badeværelse

lò sưởi
radiator
vòi hoa sen
brusebad
khăn lau
håndklæde
rèm che ngăn tắm
bruserforhæng
tắm bọt
skumbad
bồn tắm
badekar
cốc thủy tinh
glas
máy giặt
vaskemaskine
vòi nước
vandhane
gạch lát
fliser
cái bô
tissepotte
bồn rửa bát
køkkenvask

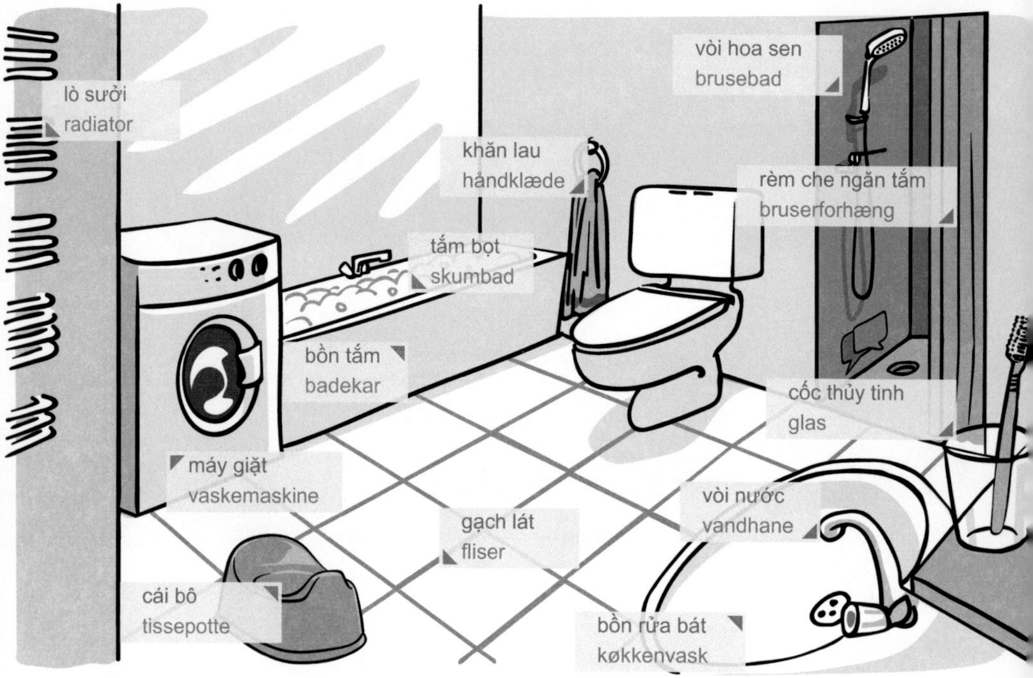

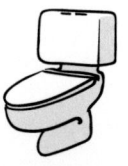

bồn cầu

toilet

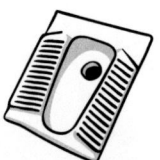

bồn cầu ngồi xổm

hugsiddende toilet

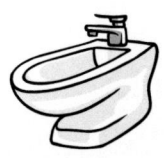

bồn rửa hậu môn

bidet

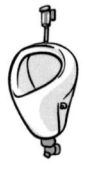

bồn tiểu tiện

pissoir

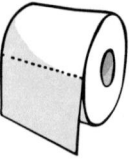

giấy vệ sinh

toiletpapir

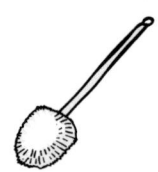

bàn chải cọ bồn cầu

toiletbørste

bàn chải đánh răng

tandbørste

kem đánh răng

tandpasta

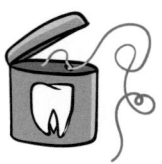

chỉ nha khoa

tandtråd

rửa

vaske

vòi sen cầm tay

håndbruser

vòi rửa hậu môn

intimbruser

bồn rửa

vaskefad

bàn chải cọ lưng

badebørste

xà phòng

sæbe

sữa tắm

brusegele

dầu gội

shampoo

khăn cọ để tắm

vaskeklud

lỗ thoát nước

afløb

kem

creme

chất khử mùi

deodorant

gương

spejl

gương tay

kosmetikspejl

dao cạo râu

barberhøvl

kem cạo râu

barberskum

nước thơm dùng sau khi
cạo râu

barbervand

cái lược

kam

bàn chải

børste

máy xấy tóc

hårtørrer

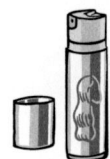

keo xịt tóc

hårspray

đồ trang điểm

makeup

thỏi son môi

læbestift

sơn bôi móng

neglelak

bông

vat

kéo cắt móng

neglesaks

nước hoa

parfume

túi đựng đồ tắm

toilettaske

ghế đẩu

skammel

cái cân

vægt

áo choàng tắm

badekåbe

găng tay làm vệ sinh

gummihandsker

nút gạc

tampon

băng vệ sinh

damebind

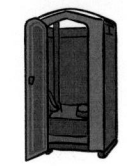

nhà vệ sinh hóa chất

kemisk toilet

phòng trẻ em
børneværelse

đồng hồ báo thức
vækkeur
thú bông
bamse
xe đồ chơi
legetøjsbil
cái lúc lắc
skralde
nhà búp bê
dukkehus
món quà
gave

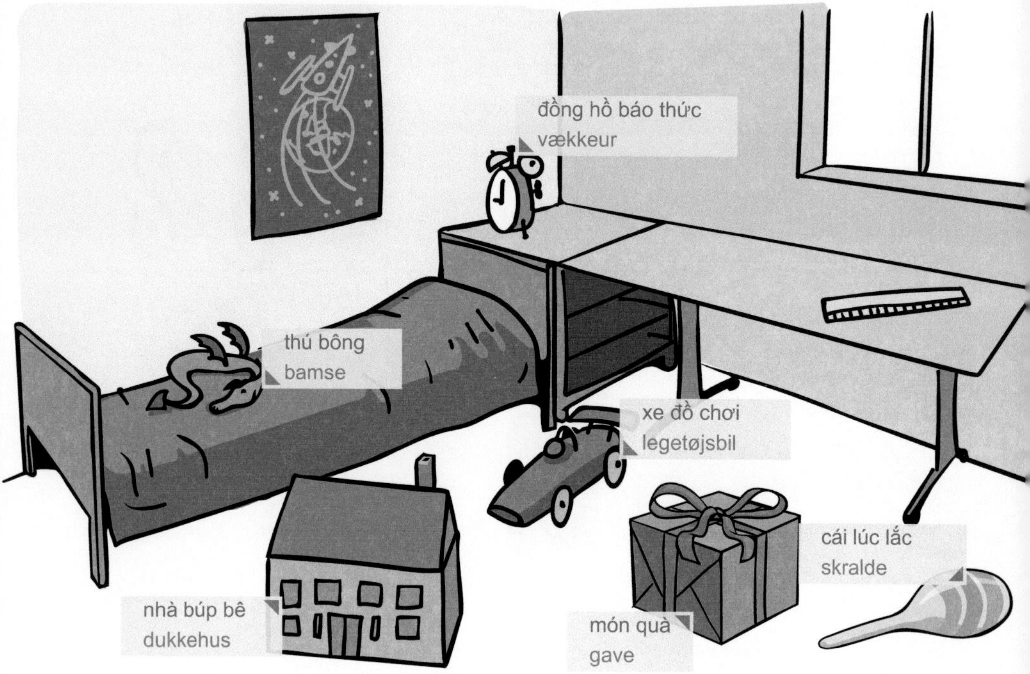

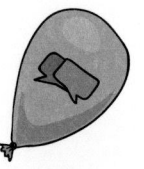

bong bóng

ballon

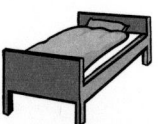

giường

seng

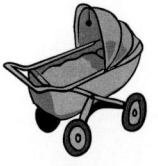

xe nôi

barnevogn

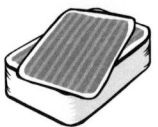

trò chơi bài

kortspil

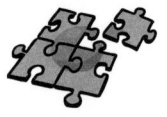

trò chơi ghép hình

puslespil

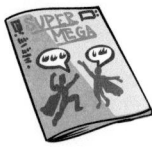

truyện tranh

tegneserie

gạch Lego

legoklodser

khối xếp hình

byggeklodser

nhân vật hành động

action figur

áo liền quần cho trẻ sơ sinh

sparkedragt

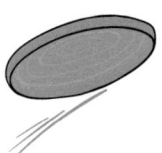

đĩa nhựa để ném

frisbee

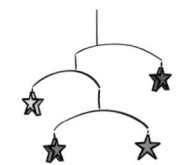

đồ chơi treo trên giường

uro

trò chơi cờ bàn

brætspil

xúc xắc

terning

đồ chơi xe lửa mô hình

modeljernbane

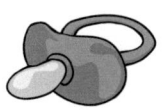

ti giả

sut

buổi tiệc

fest

sách tranh

billedbog

quả bóng

bold

búp bê

dukke

chơi

lege

hố cát

sandkasse

cái đu

gynge

đồ chơi

legetøj

máy chơi game cầm tay

spillekonsol

xe ba bánh

trehjulet cykel

gấu bông

bamse

tủ quần áo

klædeskab

y phục

tøj

bít tất

sokker

bít tất dài

strømper

quần tất

strømpebukser

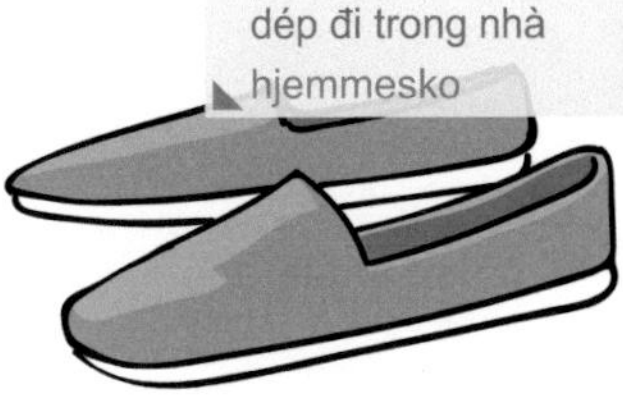

khăn choàng cổ
sjal

ô che mưa
paraply

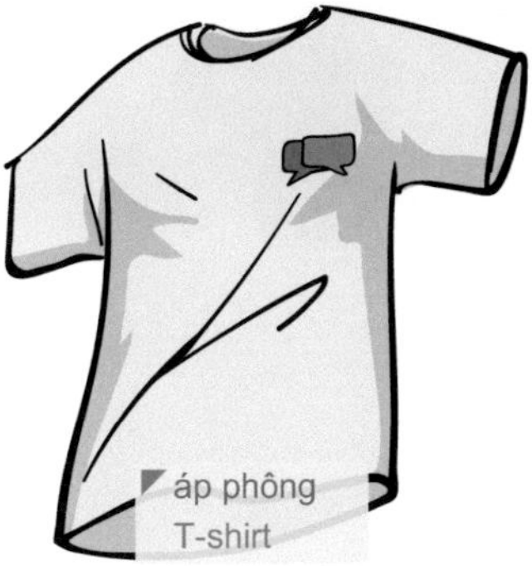

áp phông
T-shirt

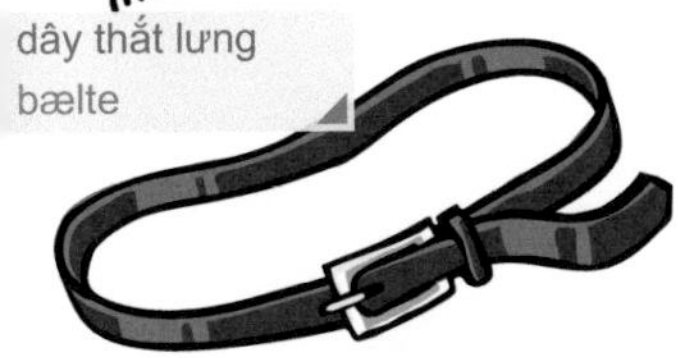

dây thắt lưng
bælte

ủng
støvler

dép đi trong nhà
hjemmesko

giày sneaker
sneakers

dép xăng đan
sandaler

giày
sko

ủng cao su
gummistøvler

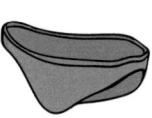

quần lót
underbukser

áo ngực
BH

áo vest
undertrøje

áo ôm sát cơ thể

body

quần dài

bukser

quần bò

jeans

váy

nederdel

áo cánh

bluse

áo sơ mi

skjorte

áo len chui đầu

pullover

áo len

sweatshirt

áo blazer

blazer

áo jacket

jakke

áo khoác

frakke

áo mưa

regnfrakke

trang phục

kostume

áo váy

kjole

áo cưới

brudekjole

bộ com lê

jakkesæt

áo ngủ

nattrøje

pijama

pyjamas

trang phục sari

sari

khăn trùm đầu

hovedtørklæde

khăn đội đầu

turban

áo burka

burka

áo captan

kaftan

áo aba

abaya

quần áo bơi

badedragt

quần bơi

badebukser

quần đùi

korte bukser

quần áo tracksuit

træningsdragt

tạp dề

forklæde

găng tay

handsker

cái cúc

knap

kính mắt

briller

vòng đeo tay

armbånd

vòng cổ

kæde

nhẫn

ring

hoa tai

ørering

mũ lưỡi trai

hue

cái mắc treo áo quần

bøjle

mũ

hat

cà vạt

slips

dây kéo phéc mơ tuya

lynlås

mũ bảo hiểm

hjelm

dây đeo quần

seler

đồng phục học sinh

skoleuniform

đồng phục

uniform

yếm trẻ em

hagesmæk

ti giả

sut

tã lót

ble

văn phòng
kontor

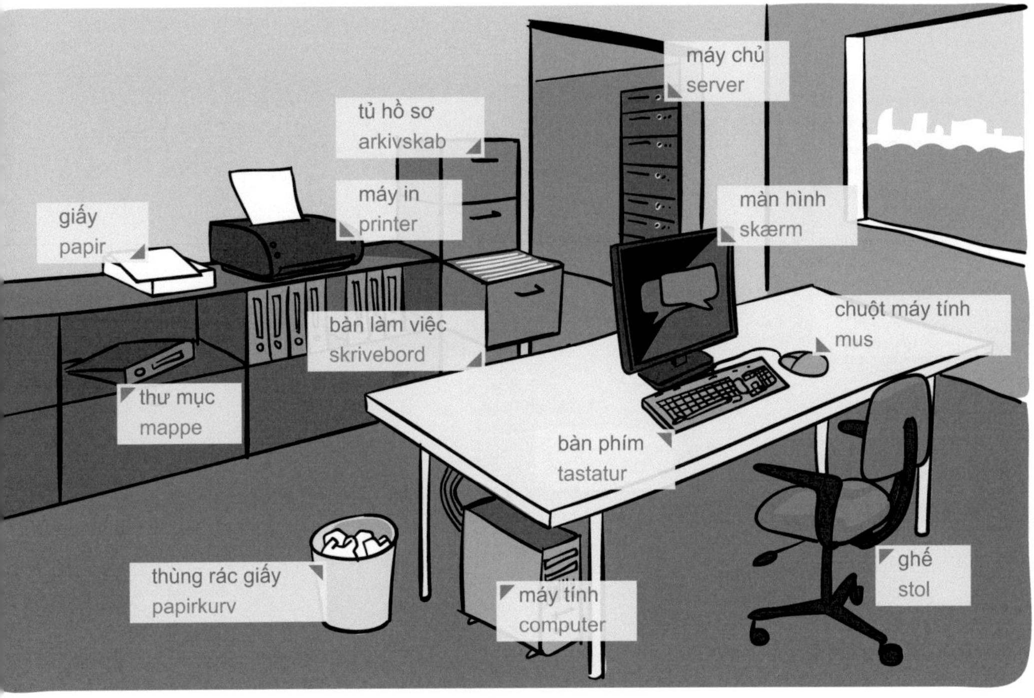

máy chủ
server

tủ hồ sơ
arkivskab

máy in
printer

màn hình
skærm

giấy
papir

bàn làm việc
skrivebord

chuột máy tính
mus

thư mục
mappe

bàn phím
tastatur

thùng rác giấy
papirkurv

ghế
stol

máy tính
computer

cốc cà phê

kaffekrus

máy tính bỏ túi

lommeregner

internet

internet

laptop

bærbar

thư

brev

tin nhắn

besked

điện thoại di động

mobil

mạng

netværk

máy photocopy

kopimaskine

phần mềm

software

điện thoại

telefon

ổ cắm điện

stikdåse

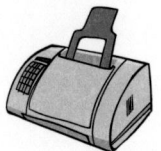

máy fax

fax

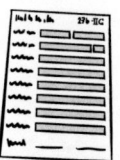

mẫu đơn

formular

chứng từ

dokument

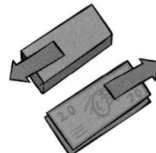

mua
....
købe

trả tiền
....
betale

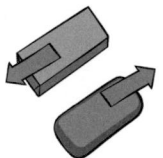

buôn bán
....
handle

tiền
....
penge

đô la
....
dollar

Euro
....
euro

yên
....
yen

rúp
....
rubel

franc Thụy Sĩ
....
schweizerfranc

nhân dân tệ
....
renminbi yuan

rupi
....
rupee

máy rút tiền tự động
....
hæveautomat

quầy đổi tiền

vekselkontor

vàng

guld

bạc

sølv

dầu

olie

năng lượng

energi

giá tiền

pris

hợp đồng

kontrakt

thuế

skat

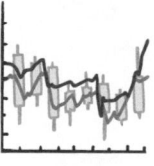

cổ phiếu

aktie

làm việc

arbejde

nhân viên

ansat

chủ lao động

arbejdsgiver

nhà máy

fabrik

cửa hiệu

butik

nghề nghiệp
erhverv

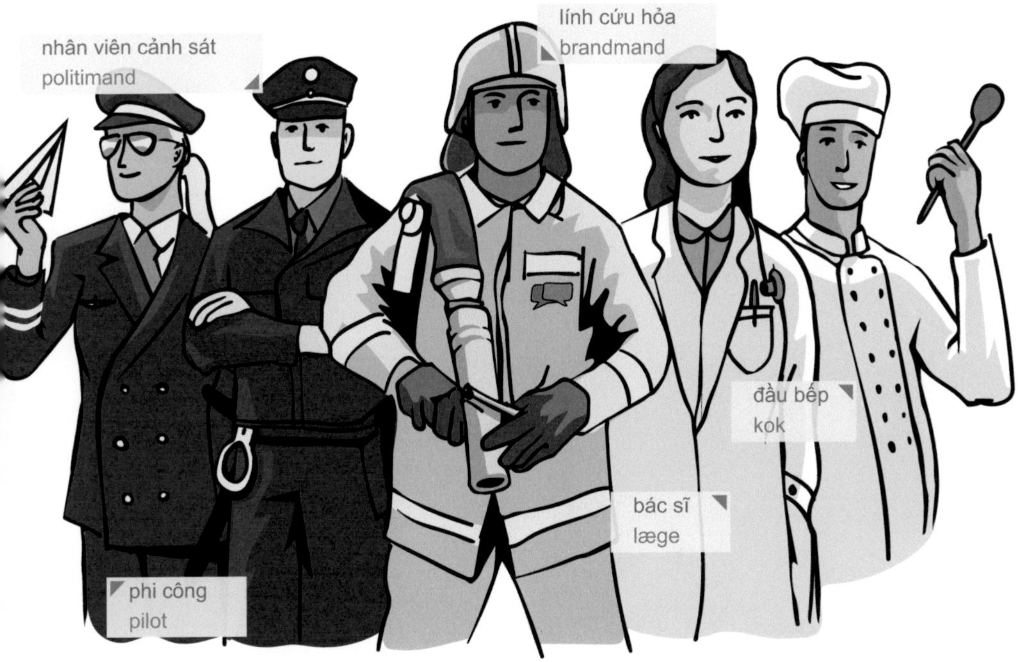

nhân viên cảnh sát
politimand
lính cứu hỏa
brandmand
đầu bếp
kok
bác sĩ
læge
phi công
pilot

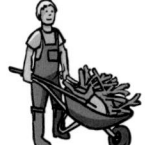

người làm vườn
gartner

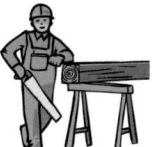

thợ mộc
tømrer

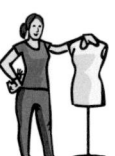

thợ may
syerske

chánh án
dommer

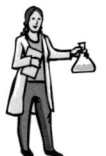

nhà hóa học
kemiker

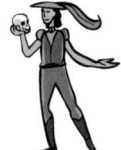

diễn viên
skuespiller

tài xế xe buýt

buschauffør

người lái taxi

taxachauffør

ngư dân

fisker

người lau dọn vệ sinh

rengøringskone

thợ lợp mái nhà

tagdækker

bồi bàn

tjener

thợ săn

jæger

họa sĩ

maler

thợ làm bánh

bager

thợ điện

elektriker

thợ xây dựng

bygningsarbejder

kỹ sư

ingeniør

người hàng thịt

slagter

thợ sửa ống nước

vvs-mand

người đưa thư

postbud

người lính

soldat

kiến trúc sư

arkitekt

nhân viên thu ngân

kasserer

người bán hoa

blomsterhandler

thợ cắt tóc

frisør

nhân viên soát vé

togfører

thợ cơ khí

mekaniker

thuyền trưởng

kaptajn

nha sĩ

tandlæge

nhà khoa học

videnskabsmand

giáo sĩ Do thái

rabbiner

lãnh tụ Hồi giáo

imam

nhà sư

munk

mục sư

præst

dụng cụ
værktøj

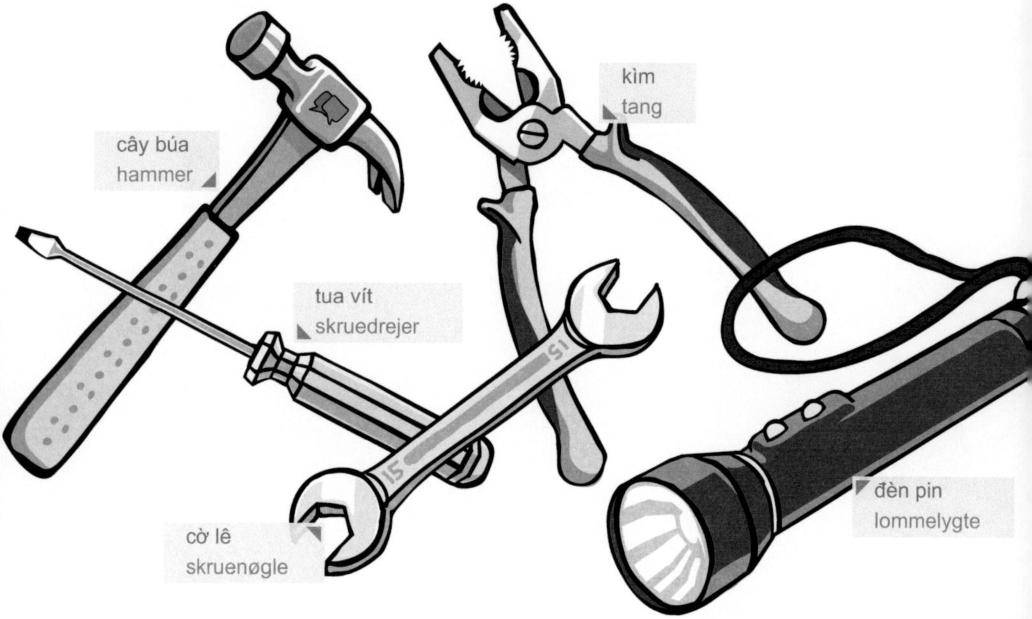

cây búa
hammer

kìm
tang

tua vít
skruedrejer

cờ lê
skruenøgle

đèn pin
lommelygte

máy xúc đất
....
gravemaskine

hộp dụng cụ
....
værktøjskasse

cái thang
....
stige

cưa
....
sav

đinh
....
søm

máy khoan
....
bor

sửa chữa
reparere

cái xẻng
skovl

khốn nạn!
Lort!

cái hót rác
fejebakke

thùng sơn
malerspand

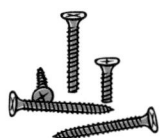

vít
skruer

nhạc cụ
musikinstrumenter

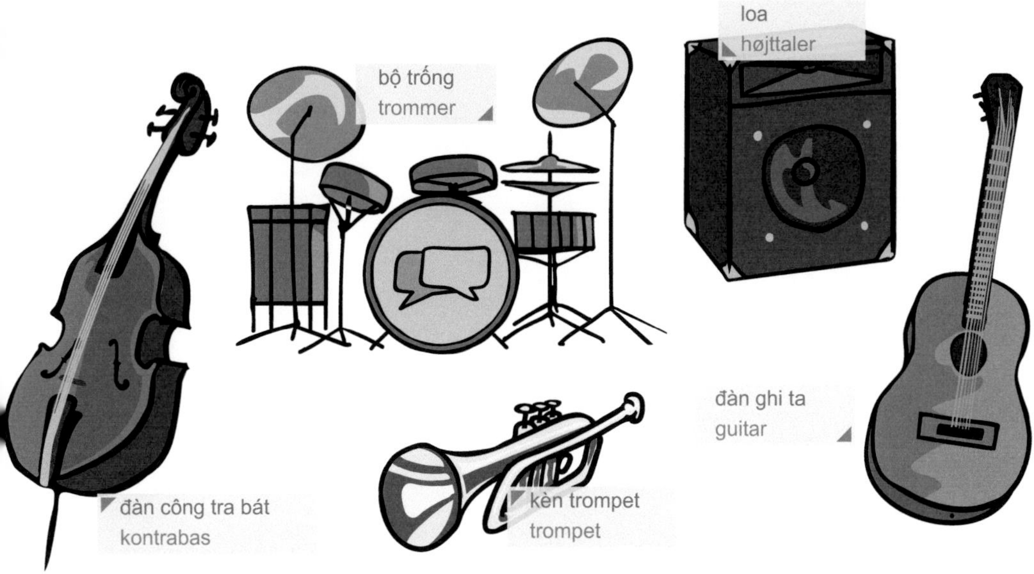

bộ trống
trommer

loa
højttaler

đàn ghi ta
guitar

đàn công tra bát
kontrabas

kèn trompet
trompet

đàn piano

klaver

đàn vĩ cầm

violin

ghi ta bass

bas

trống định âm

pauke

trống

tromme

đàn organ

keyboard

kèn Saxophone

saxofon

sáo

fløjte

micro

mikrofon

vườn bách thú

zoo

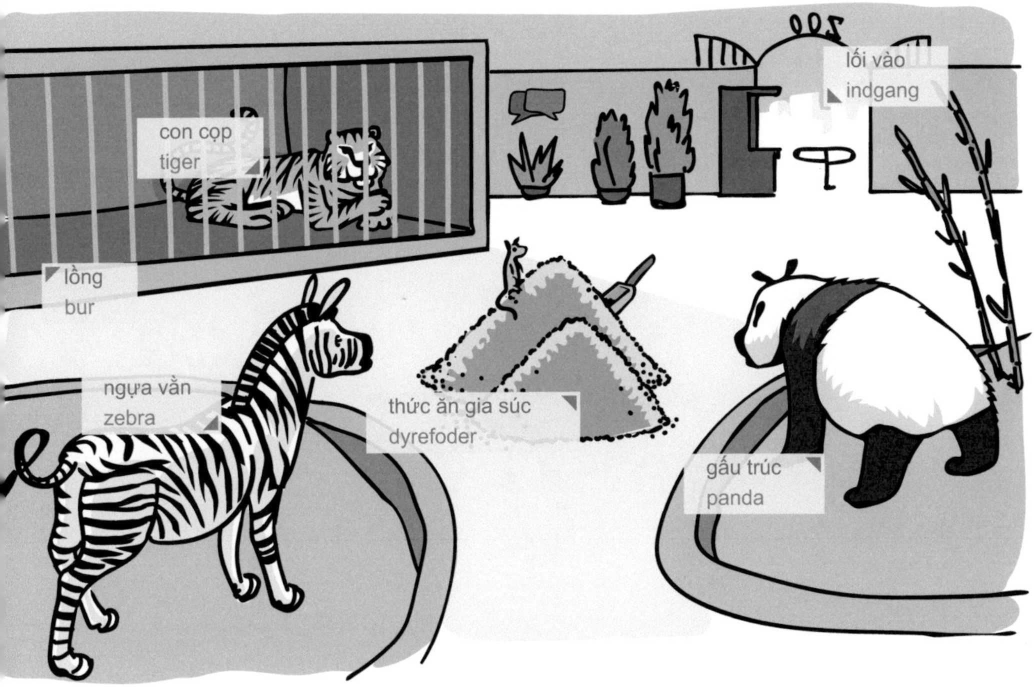
con cọp
tiger
lồng
bur
lối vào
indgang
ngựa vằn
zebra
thức ăn gia súc
dyrefoder
gấu trúc
panda

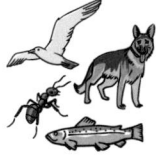

động vật

dyr

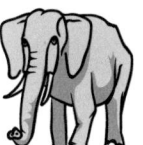

con voi

elefant

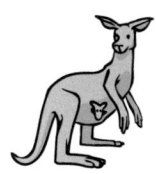

chuột túi

kænguru

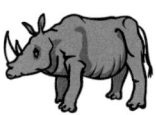

tê giác

næsehorn

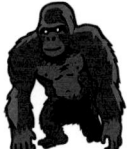

khỉ đột

gorilla

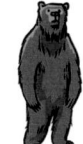

con gấu

bjørn

lạc đà

kamel

đà điểu

struds

sư tử

løve

con khỉ

abe

hồng hạc

flamingo

con vẹt

papegøje

gấu bắc cực

isbjørn

chim cánh cụt

pingvin

cá mập

haj

con công

påfugl

con rắn

slange

cá sấu

krokodille

người trông giữ vườn bách thú

dyrepasser

hải cẩu

sæl

báo đốm

jaguar

ngựa lùn

pony

con báo

leopard

hà mã

flodhest

hươu cao cổ

giraf

đại bàng

ørn

heo rừng

vildsvin

cá

fisk

con rùa

skildpadde

hải mã

hvalros

con cáo

ræv

linh dương

gazelle

bóng bầu dục Mỹ
amerikansk football

đua xe đạp
cykling

quần vợt
tennis

bóng rổ
basketball

bơi
svømning

đấm bốc
boksning

khúc côn cầu trên băng
ishockey

bóng đá
fodbold

cầu lông
badminton

điền kinh
atletik

bóng ném
håndbold

trượt tuyết
skiløb

polo
polo

các hoạt động
aktiviteter

nhảy
springe
ôm
give et knus
cười
grine
đi bộ
gå
ca hát
synge
mơ
drømme
cầu nguyện
bede
hôn
kysse

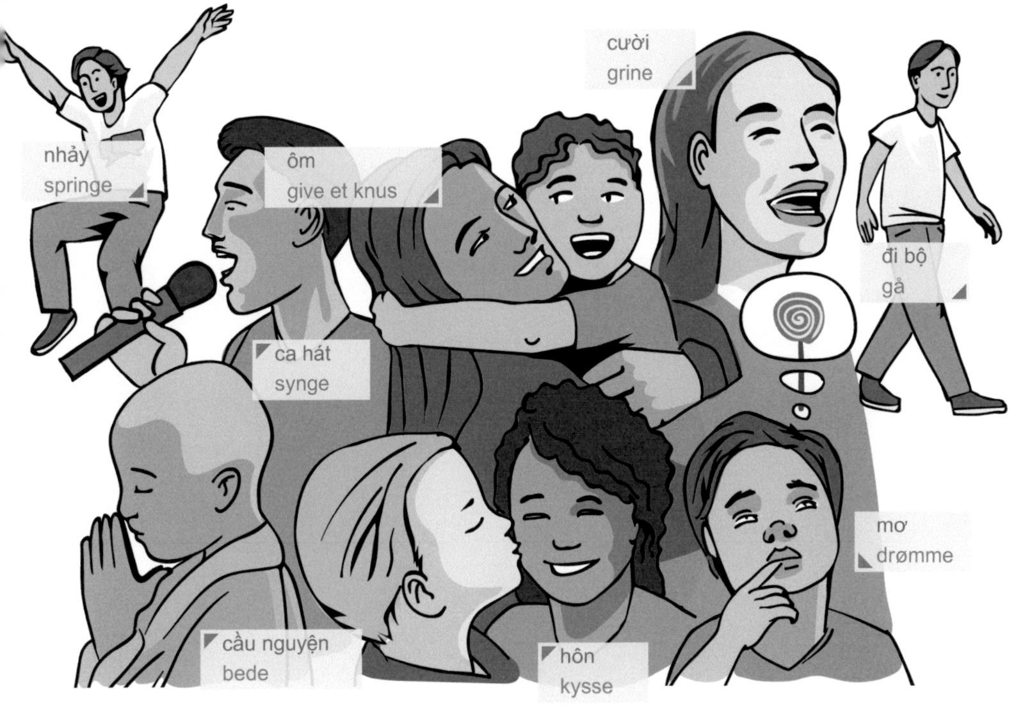

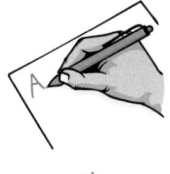

viết
skrive

vẽ
tegne

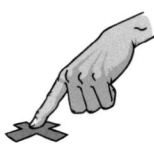

chỉ trỏ
vise

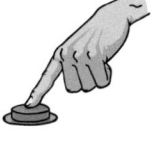

đẩy
skubbe

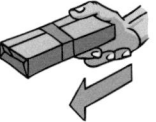

cho
give

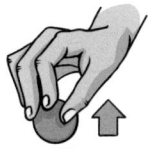

lấy đi
tage

có
have

làm
gøre

thì / là
være

đứng
stå

chạy
løbe

kéo
trække

ném
kaste

rơi
falde

nằm
ligge

chờ đợi
vente

mang vác
bære

ngồi
sidde

mặc quần áo
tage på

ngủ
sove

thức dậy
vågne

xem

se på

khóc

græde

vuốt ve

ae

chải

kæmme

nói chuyện

tale

hiểu

forstå

câu hỏi

spørge

nghe

høre

uống

drikke

ăn

spise

dọn dẹp

rydde op

yêu

elske

nấu nướng

koge

lái xe

køre

bay

flyve

đi thuyền buồm

sejle

tính toán

regne

đọc

læse

học

lære

làm việc

arbejde

cưới

gifte sig med

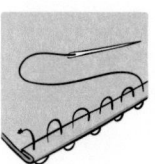

khâu vá

sy

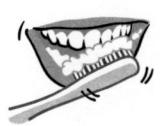

đánh răng

børste tænder

giết

dræbe

hút thuốc

ryge

gửi đi

sende

gia đình

familie

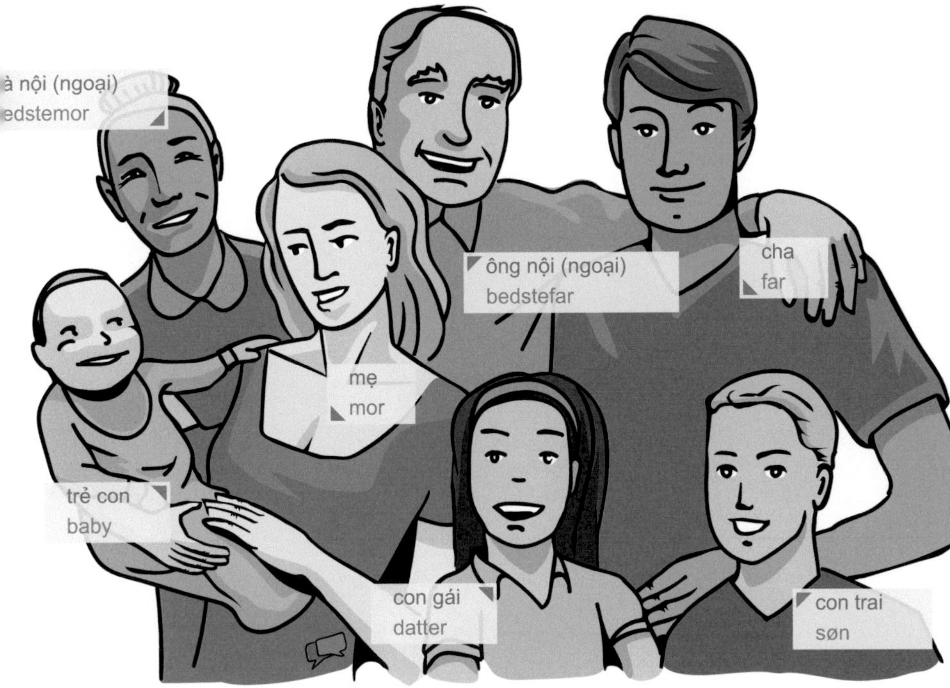
à nội (ngoại)
edstemor
ông nội (ngoại)
bedstefar
cha
far
mẹ
mor
trẻ con
baby
con gái
datter
con trai
søn

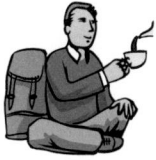

khách

gæst

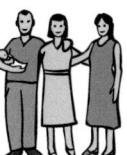

cô (dì)

tante

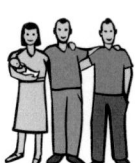

chú, bác (cậu)

onkel

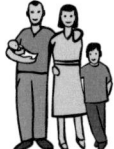

anh (em) trai

bror

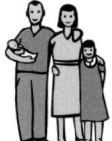

chị (em) gái

søster

cơ thể

krop

trán
pande
mắt
øje
vai
skulder
ngón tay
finger
mặt
ansigt
cằm
hage
bàn tay
hånd
ngực
bryst
chân
ben
cánh tay
arm

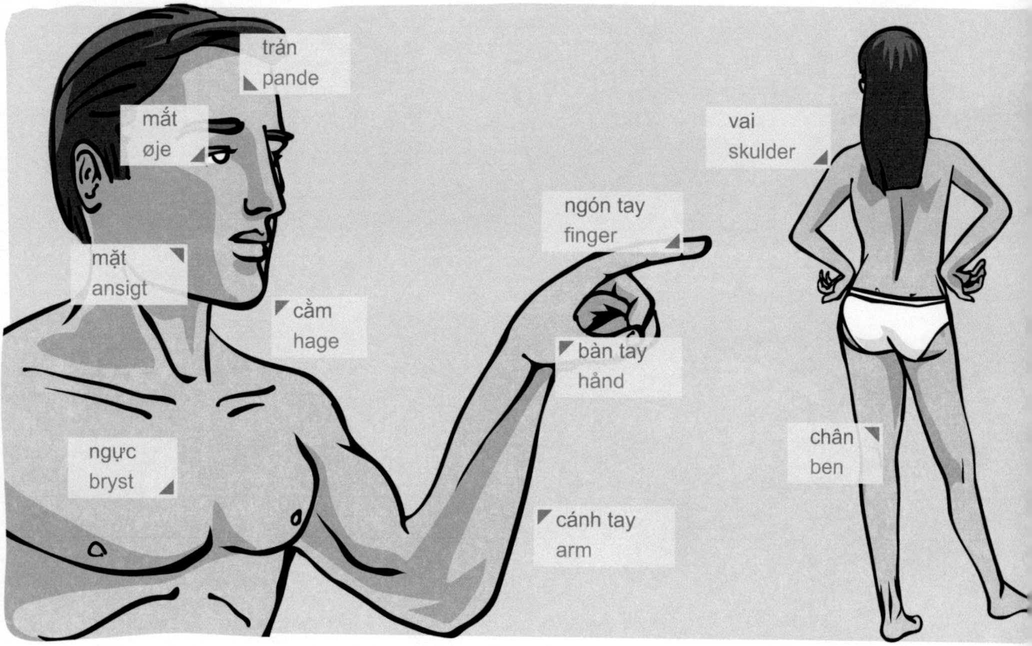

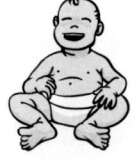

trẻ con
baby

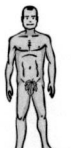

đàn ông
mand

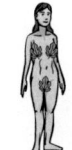

phụ nữ
kvinde

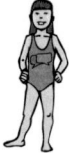

bé gái
pige

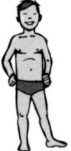

bé trai
dreng

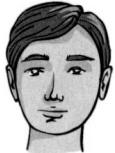

đầu
hoved

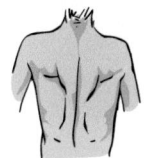

lưng

ryg

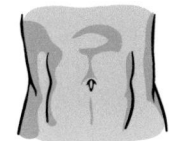

bụng

mave

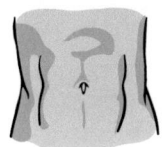

rốn

navle

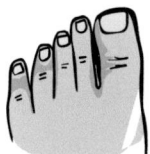

ngón chân

tå

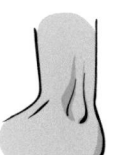

gót chân

hæl

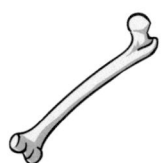

xương

knogle

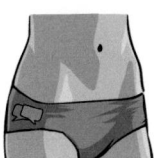

hông

hofte

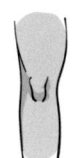

đầu gối

knæ

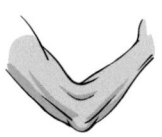

khuỷu tay

albue

mũi

næse

mông

bagdel

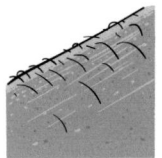

da

hud

má

kind

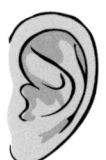

tai

øre

môi

læbe

cơ thể - krop

miệng

mund

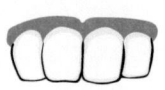

răng

tand

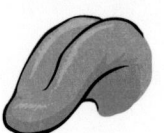

lưỡi

tunge

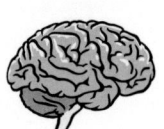

não

hjerne

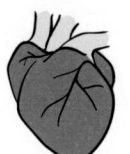

tim

hjerte

cơ bắp

muskel

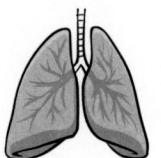

phổi

lunge

gan

lever

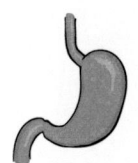

dạ dày

mavesæk

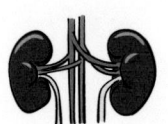

thận

nyrer

giao hợp

sex

bao cao su

kondom

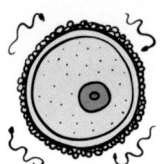

noãn

ægcelle

tinh dịch

sperm

mang thai

svangerskab

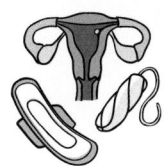

kinh nguyệt

menstruation

âm vật

vagina

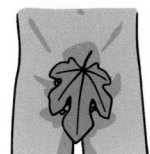

dương vật

penis

lông mày

øjenbryn

tóc

hår

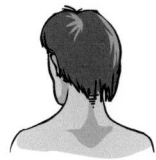

cổ

hals

bệnh viện
sygehus

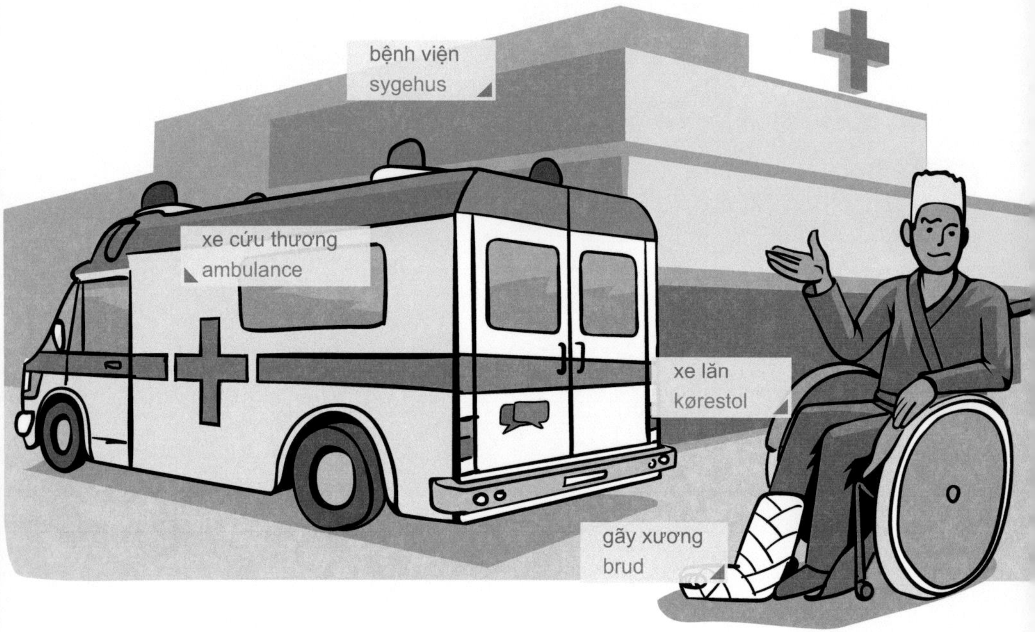

bệnh viện
sygehus
xe cứu thương
ambulance
xe lăn
kørestol
gãy xương
brud

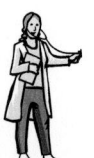

bác sĩ

læge

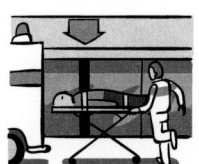

phòng cấp cứu

akutmodtagelse

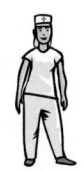

y tá

sygeplejerske

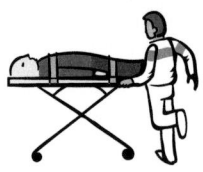

cấp cứu

nødstilfælde

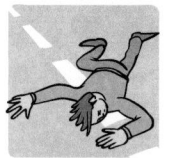

bất tỉnh

bevidstløs

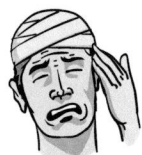

cơn đau

smerte

bị thương

skade

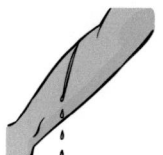

chảy máu

blødning

nhồi máu cơ tim

hjerteinfarkt

đột quỵ

slagtilfælde

dị ứng

allergi

ho

hoste

sốt

feber

cúm

influenza

tiêu chảy

diarré

đau đầu

hovedpine

ung thư

kræft

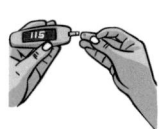

bệnh tiểu đường

diabetes

bác sĩ phẫu thuật

kirurg

dao mổ

skalpel

giải phẫu

operation

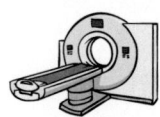

chụp cắt lớp

CT

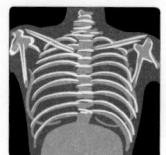

chụp x-quang

røntgen

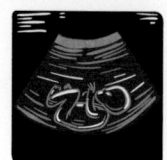

siêu âm

ultralyd

mặt nạ

maske

bệnh

sygdom

phòng đợi

venteværelse

cái nạng

krykke

băng dán vết thương

plaster

băng bó

forbinding

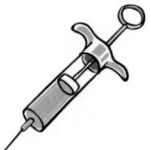

tiêm thuốc

injektion

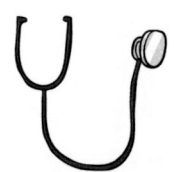

ống nghe khám bệnh

stetoskop

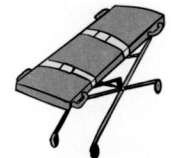

băng ca

båre

nhiệt kế

termometer

sinh đẻ

fødsel

thừa cân

overvægt

máy trợ thính

høreapparat

chất khử trùng

desinficerende middel

nhiễm trùng

infektion

vi rút

virus

HIV / AIDS

HIV / AIDS

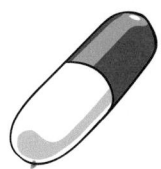

thuốc

medicin

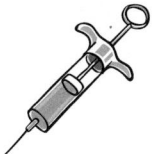

tiêm chủng

vaccination

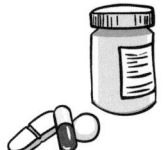

thuốc viên

tabletter

viên thuốc

pille

gọi cấp cứu

nødopkald

máy đo huyết áp

blodtryksmåler

bệnh / khỏe mạnh

syg / rask

cứu!

Hjælp!

báo động

alarm

cuộc đột kích

overfald

sự tấn công

angreb

mối nguy hiểm

fare

lối thoát hiểm

nødudgang

cháy!

Det brænder!

bình chữa cháy

ildslukker

tai nạn

uheld

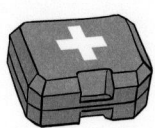

bộ dụng cụ sơ cứu

førstehjælps-kuffert

SOS

SOS

cảnh sát

politi

châu Âu

Europa

Bắc Mỹ

Nordamerika

Nam Mỹ

Sydamerika

châu Phi

Afrika

châu Á

Asien

châu Úc

Australien

Đại Tây Dương

Atlanterhavet

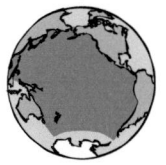

Thái Bình Dương

Stillehavet

Ấn Độ Dương

Indiske Ocean

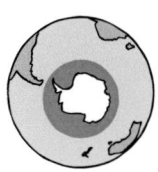

Nam Cực Dương

Sydlige Ishav

Bắc Băng Dương

Ishav

bắc cực

Nordpol

nam cực
Sydpol

nam cực
Antarktis

trái đất
Jorden

đất liền
land

biển
hav

đảo
ø

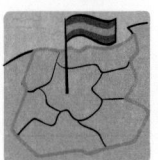

quốc gia
nation

nhà nước
stat

mặt đồng hồ

urskive

kim chỉ giờ

timeviser

kim chỉ phút

minutviser

kim chỉ giây

sekundviser

Bây giờ là mấy giờ?

Hvad er klokken?

ngày

dag

thời gian

tid

bây giờ

nu

đồng hồ điện tử

digitalur

phút

minut

giờ

time

tuần lễ
uge

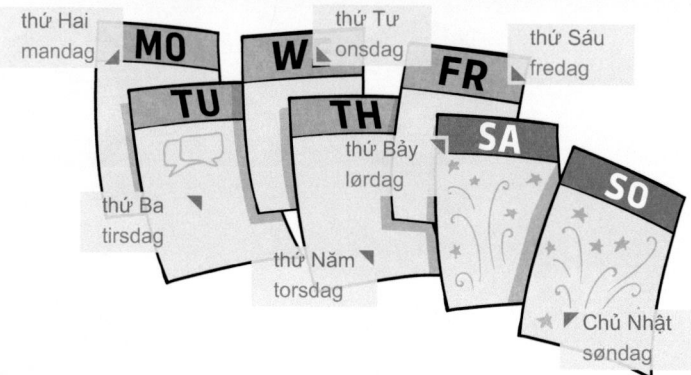

thứ Hai
mandag — **MO**

thứ Tư
W onsdag

thứ Sáu
fredag

TU

TH

FR

SA

thứ Bảy
lørdag

thứ Ba
tirsdag

SO

thứ Năm
torsdag

Chủ Nhật
søndag

hôm qua

i går

hôm nay

i dag

ngày mai

i morgen

buổi sáng

morgen

buổi trưa

middag

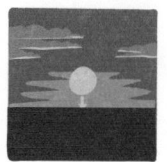

buổi tối

aften

ngày làm việc

arbejdsdage

cuối tuần

weekend

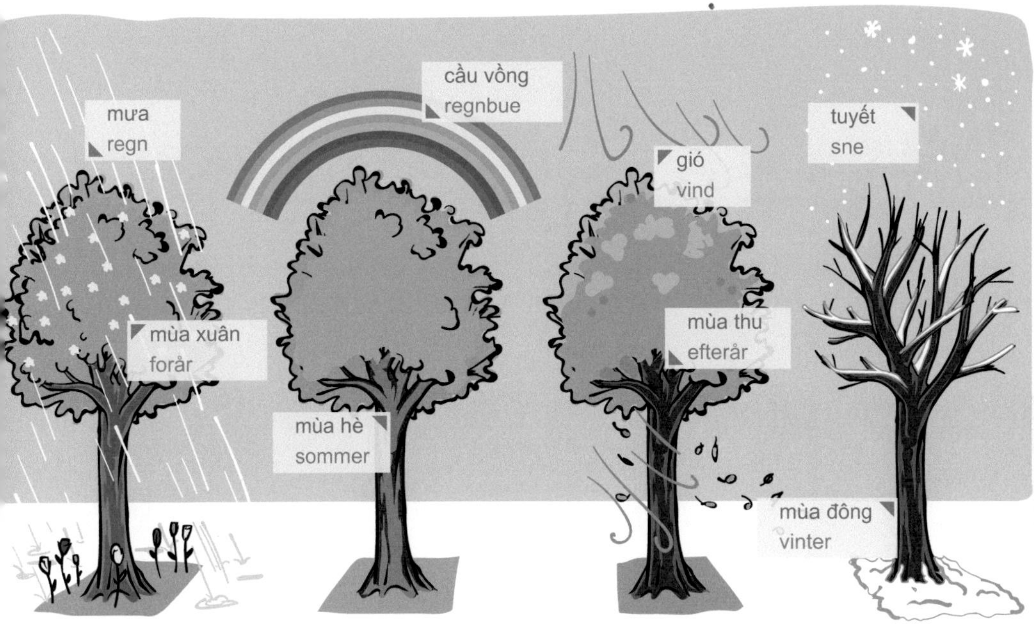

mưa
regn

cầu vồng
regnbue

gió
vind

tuyết
sne

mùa xuân
forår

mùa hè
sommer

mùa thu
efterår

mùa đông
vinter

dự báo thời tiết

vejrudsigt

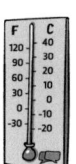

nhiệt kế

termometer

ánh nắng

solskin

mây

sky

sương mù

tåge

độ ẩm không khí

luftfugtighed

tia chớp

lyn

sấm sét

torden

cơn bão

storm

mưa đá

hagl

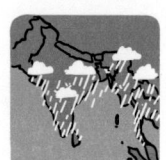

gió mùa

monsun

lũ lụt

flod

nước đá

is

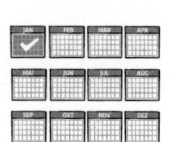

tháng Một

januar

tháng Hai

februar

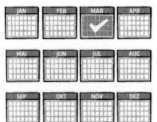

tháng Ba

marts

tháng Tư

april

tháng Năm

maj

tháng Sáu

juni

tháng Bảy

juli

tháng Tám

august

tháng Chín

september

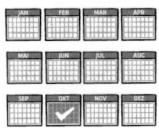

tháng Mười

oktober

tháng Mười Một

november

tháng Mười Hai

december

hình dạng
former

hình tròn

cirkel

hình vuông

kvadrat

hình chữ nhật

firkant

hình tam giác

trekant

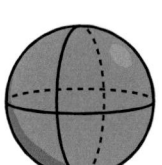

hình cầu

kugle

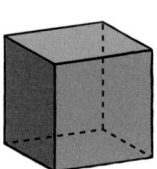

khối vuông

terning

màu trắng
hvid

màu vàng
gul

màu cam
orange

màu hồng
pink

màu đỏ
rød

màu tím
lilla

màu xanh dương
blå

màu xanh lá cây
grøn

màu nâu
brun

màu xám
grå

màu đen
sort

nhiều / ít

meget / lidt

tức tối / điềm tĩnh

rasende / fredelig

xinh đẹp / xấu xí

smuk / grim

bắt đầu / kết thúc

begyndelse / slut

to / nhỏ

stor / lille

sáng / tối

lys / mørk

anh (em) trai / chị (em) gái

bror / søster

sạch / bẩn

ren / snavset

đủ / thiếu

fuldkommen / ufuldkommen

ngày / đêm

dag / nat

chết / sống

død / levende

rộng / chật hẹp

bred / smal

ăn được / không ăn được

spiselig / uspiselig

ác / tử tế

vred / venlig

hào hứng / chán nản

ophidset / kedet

béo / gầy

tyk / tynd

đầu tiên / cuối cùng

først / sidst

bạn / thù

ven / fjende

đầy / rỗng

fuld / tom

cứng / mềm

hård / blød

nặng / nhẹ

tung / let

đói / khát

sult / tørst

bệnh / khỏe mạnh

syg / rask

bất hợp pháp / hợp pháp

illegal / legal

thông minh / ngu

intelligent / dum

trái / phải

venstre / højre

gần / xa

nær / fjern

mới / cũ

ny / brugt

không có gì cả / có cái gì đó

intet / noget

già / trẻ

gammel / ung

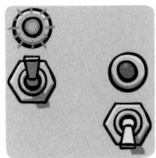

bật / tắc

tændt / slukket

mở / đóng

åben / lukket

im lặng / ồn ào

stille / højt

giàu / nghèo

rig / fattig

đúng / sai

rigtig / forkert

sần sùi / mịn màng

ru / glat

buồn / vui

ked af det / lykkelig

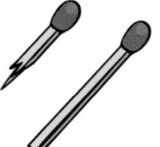

ngắn / dài

kort / lang

chậm / nhanh

langsom / hurtig

ẩm ướt / khô ráo

våd / tør

ấm áp / mát mẻ

varm / kold

chiến tranh / hòa bình

krig / fred

đối lập - modsætninger

0

số không

nul

1

một

en

2

hai

to

3

ba

tre

4

bốn

fire

5

năm

fem

6

sáu

seks

7

bảy

syv

8

tám

otte

9

chín

ni

10

mười

ti

11

mười một

elleve

12

mười hai

tolv

13

mười ba

tretten

14

mười bốn

fjorten

15

mười lăm

femten

16

mười sáu

seksten

17

mười bảy

sytten

18

mười tám

atten

19

mười chín

nitten

20

hai mươi

tyve

100

một trăm

hundrede

1.000

một ngàn

tusinde

1.000.000

một triệu

million

tiếng Anh

engelsk

tiếng Anh Mỹ

amerikansk engelsk

tiếng Quan Thoại

kinesisk mandarin

tiếng Hin-di

hindi

tiếng Tây Ban Nha

spansk

tiếng Pháp

fransk

tiếng Ả-rập

arabisk

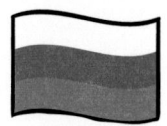

tiếng Nga

russisk

tiếng Bồ Đào Nha

portugisisk

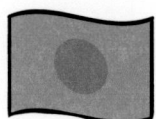

tiếng Bengal

bengalsk

tiếng Đức

tysk

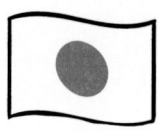

tiếng Nhật

japansk

tôi

jeg

bạn

du

anh ta / cô ta / nó

han / hun / den / det

chúng tôi

vi

các bạn

I

họ

de

ai?

hvem?

cái gì?

hvad?

như thế nào?

hvordan?

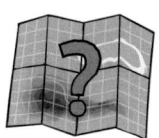

ở đâu?

hvor?

lúc nào?

hvornår?

tên

navn

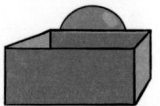

phía sau

bag

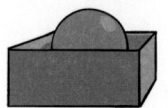

ở trong

i

phía trước

foran

phía trên

over

ở trên

på

ở dưới

under

bên cạnh

ved siden af

ở giữa

imellem

chỗ

sted